पैशांचं झाड लावा, मस्तफळं खा!

प्रदीप पांढरे

notionpress.com

INDIA · SINGAPORE · MALAYSIA

Copyright © Pradeep Pandhare 2025
All Rights Reserved.

ISBN
Hardcase 979-8-89929-732-8
Paperback 979-8-89724-519-2

This book has been published with all efforts taken to make the material error-free after the consent of the author. However, the author and the publisher do not assume and hereby disclaim any liability to any party for any loss, damage, or disruption caused by errors or omissions, whether such errors or omissions result from negligence, accident, or any other cause.

While every effort has been made to avoid any mistake or omission, this publication is being sold on the condition and understanding that neither the author nor the publishers or printers would be liable in any manner to any person by reason of any mistake or omission in this publication or for any action taken or omitted to be taken or advice rendered or accepted on the basis of this work. For any defect in printing or binding the publishers will be liable only to replace the defective copy by another copy of this work then available.

समर्पण
(Dedication)

पुस्तक मी समर्पित करतो...

- **माझे आजोबा वामन भीमाजी पांढरे [स्वर्गीय] यांना,** ज्यांनी झाडे लावण्याचा आणि निसर्गप्रेमाचा वारसा दिला.
- **माझे वडील एकनाथ वामन पांढरे यांना,** ज्यांच्या कष्टाने आणि प्रेरणेतून मी आजपर्यंत पोहोचलो.
- **माझ्या कुटुंबाला,** ज्यांनी नेहमीच मला पाठिंबा आणि प्रेम दिले.
- **माझ्या गावाला – भातोडी,** जे माझ्या विचारांची आणि कार्याची प्रेरणा आहे.
- **त्या सर्व शेतकरी कुटुंबांना,** जे परिश्रम करून संपूर्ण समाजासाठी अन्न निर्माण करतात आणि तरीही आर्थिक शिस्त आणि गुंतवणुकीच्या संधींपासून दूर राहतात.

❀ या पुस्तकाच्या प्रत्येक शब्दात त्यांचे योगदान आहे.

अनुक्रमणिका

(Contents)

लेखक परिचय

(About the Author)

प्रदीप एकनाथ पांढरे हे बीड जिल्ह्यातील आष्टी तालुक्यातील भातोडी या छोट्या खेड्यात राहणारे सॉफ्टवेअर इंजिनियर आहेत. त्यांनी एमएस्सी माहिती तंत्रज्ञानामध्ये शिक्षण घेतलं असून, आयटी क्षेत्रात काम करत आहेत. आपल्या क्षेत्रात यशस्वी असतानाही प्रदीप यांना आपल्या गावाचा विकास, शेती, आणि पर्यावरण संवर्धनामध्ये प्रचंड आवड आहे.

प्रदीप गेल्या चार वर्षांपासून आपल्या उत्पन्नाचा **१०% बचतीचा साधा आणि परिणामकारक नियम** पाळत आहेत. त्यांनी या सवयीमुळे आर्थिक स्थैर्य अनुभवलं आहे आणि लहानशा बदलाने मोठं यश कसं मिळवता येतं हे सिद्ध केलं आहे. **"पैशांचं झाड लावा, मस्तफळं खा!"** हे पुस्तक लिहिण्याची प्रेरणा त्यांना याच अनुभवातून मिळाली. या पुस्तकाद्वारे त्यांनी आर्थिक स्थैर्याचं महत्त्व समजावून देण्याचं आणि प्रत्येकाला समृद्ध भविष्याचा मार्ग दाखवण्याचं ध्येय ठेवलं आहे.

गावाच्या आणि पर्यावरणाच्या विकासासाठी वचनबद्धता

प्रदीप यांना झाडांची लागवड, शेतीत नवनवीन तंत्रज्ञानाचा वापर, आणि गावातील प्रत्येक घटकाला एकत्र आणून विकास घडवण्याची प्रबळ इच्छाशक्ती आहे. त्यांचा मोकळा वेळ झाडांची लागवड, त्याचं संगोपन, आणि शेतीच्या शाश्वत पद्धती शोधण्यात जातो.

लेखनाद्वारे प्रेरणा आणि मार्गदर्शन

प्रदीप यांचं लेखन केवळ अनुभवांवर आधारित नसून, ते प्रेरणादायीही आहे. त्यांच्या लेखनातून लोकांना **आर्थिक सुबत्तेचा** मार्ग दाखवता येतो, तसेच **गावाच्या प्रगतीसाठी योगदान देण्याची भावना** निर्माण होते. त्यांची वाणी आणि लेखणी लोकांना त्यांच्या जीवनातील उद्दिष्ट साध्य करण्यासाठी प्रेरित करते.

भविष्यात प्रदीप यांचं ध्येय फक्त स्वतःच्या गावापुरतं सीमित न राहता, इतर गावांनाही आर्थिक, सामाजिक, आणि पर्यावरणीय विकासाच्या मार्गावर घेऊन जाणं हे आहे.

प्रस्तावना

(Introduction)

"पैशांचं झाड लावा, मस्तफळं खा!"

आयुष्यात प्रगतीसाठी मेहनतीसोबत विचारपूर्वक आर्थिक नियोजन आवश्यक आहे. पैशाचं झाड ही केवळ एक संकल्पना नाही; ती आर्थिक स्थैर्य आणि स्वावलंबनाचा पाया आहे. जसं झाड लावल्यानंतर त्याला नियमित खत, पाणी, आणि योग्य देखभाल लागते, तसंच पैशाचं झाड उभारण्यासाठी आर्थिक शिस्त, संयम, आणि सातत्य आवश्यक आहे.

मी बीड जिल्ह्यातील एका साध्या शेतकरी कुटुंबात जन्मलो. माझे आजोबा यांनी कठोर मेहनत करत विहिरी बांधल्या, दगड फोडले, आणि झाडं लावण्याचा आनंद घेतला. त्यांनी मला झाडं लावण्याची प्रेरणा दिली.

माझे वडील, हे कॉन्ट्रॅक्ट बेसिसवर मस्टर कारकून होते. आज ते शेतीत कष्ट करत आहेत. त्यांच्या प्रवासाने मला कष्टाचं महत्त्व कळवलं, पण आर्थिक शिस्त आणि गुंतवणुकीच्या अभावामुळे आलेल्या मर्यादा समजल्या. त्यामुळेच आर्थिक प्रगती ही फक्त कष्टावर अवलंबून नाही, तर योग्य नियोजनावरही आधारित आहे. याच विचारातून माझ्या मनात विचार आला की नैसर्गिक साधनसंपत्तीप्रमाणे आर्थिक संपत्ती निर्माण करण्याचीही शिकवण मिळावी.

या पुस्तकातून मी मेहनतीवर अवलंबून असलेल्या आणि आर्थिक संधींचा अभाव असलेल्या लोकांना आर्थिक शिक्षण देण्याचा प्रयत्न करणार आहे. आर्थिक योजना, बचत, आणि गुंतवणूक यासारख्या मूलभूत संकल्पना सोप्या भाषेत मांडून, पैशाचं झाड लावण्याचा संपूर्ण प्रवास उलगडला जाईल. या पुस्तकामध्ये तुम्हाला खालील गोष्टी शिकायला मिळतील:

- **खर्च आणि बचतीमध्ये संतुलन कसे राखावे.**
- **छोट्या-मोठ्या गुंतवणुकीतून फायदा कसा मिळवायचा.**
- **आर्थिक संकटांपासून स्वतःला कसे सुरक्षित ठेवावे.**
- **अतिरिक्त उत्पन्नाचे स्रोत कसे तयार करावेत.**

आपल्या आयुष्याचा आधार मेहनत आणि परिश्रम आहेत, परंतु केवळ परंपरागत मार्गांवर अवलंबून राहणे अनेकदा मर्यादित उत्पन्नाचे कारण ठरते. त्यामुळे आर्थिक प्रगतीसाठी योग्य नियोजन, शिस्तबद्ध बचत, आणि गुंतवणुकीच्या विविध पर्यायांची सखोल माहिती असणे आवश्यक आहे. आर्थिक साक्षरतेमुळे आपण आपल्या साधनांचा जास्तीत जास्त वापर करून स्थिर आणि दीर्घकालीन प्रगती साधू शकतो.

तुमच्या आर्थिक प्रवासाला सुरुवात करण्यापूर्वी स्वतःला काही महत्त्वाचे प्रश्न विचारा:

- **तुमच्या मते 'पैशांचं झाड' म्हणजे काय?**
- **तुमच्यासाठी संपत्ती म्हणजे केवळ पैसा आहे का, की त्यात सुख, समाधान, आणि सुरक्षितता यांचाही समावेश आहे?**
- **आर्थिक साक्षरतेने तुमच्या कुटुंबासाठी आणि गावासाठी काय बदल घडवून आणता येतील, असं तुम्हाला वाटतं?**
- **तुम्ही आर्थिक गुंतवणूक कधी सुरू करणार? जर आधीच केली असेल, तर तुमचं नियोजन योग्य दिशेने आहे का?**

या प्रश्नांचा विचार करा आणि या पुस्तकाच्या माध्यमातून **"पैशाचं झाड लावा, मस्तफळं खा!"** या प्रवासाचा भाग व्हा. तुमच्या आयुष्यात आर्थिक स्थैर्य आणि समृद्धी निर्माण करण्यासाठी आजच पहिले पाऊल टाका.

चला, तुम्हीही तुमचं आर्थिक झाड तयार करा, त्याची योग्य निगा राखा, आणि त्या झाडाची गोड फळं चाखा!

भूमिका
(Preface)

आपल्या आयुष्यात आर्थिक स्थैर्य मिळवणे हे प्रत्येकाचे स्वप्न असते, पण ग्रामीण भागात आजही बचत, गुंतवणूक आणि आर्थिक नियोजन याकडे फारसे गांभीर्याने पाहिले जात नाही. मी, एक शेतकरी कुटुंबातील मुलगा, लहानपणापासूनच या परिस्थितीचा साक्षीदार आहे. माझ्या आजोबा आणि वडील यांनी कठोर मेहनत करून संसार उभा केला, पण योग्य आर्थिक नियोजनाअभावी बचत किंवा संपत्ती निर्माण करू शकले नाहीत.

हीच समस्या माझ्या गावात आणि इतर अनेक ग्रामीण भागांमध्ये आहे. कष्टाला कमी लेखण्याचा प्रश्न नाही, पण कष्टाचे चीज होण्यासाठी योग्य दिशा आवश्यक आहे. या पुस्तकाच्या माध्यमातून मी शेतकरी, ग्रामीण कुटुंबे आणि तरुणांना आर्थिक स्वावलंबनाचा मार्ग दाखवण्याचा प्रयत्न करत आहे.

या पुस्तकात आपण **बचत, गुंतवणूक, शेअर बाजार, आणि आर्थिक वाढीसाठी आवश्यक सवयी** याविषयी सखोल चर्चा करू. हे पुस्तक केवळ संकल्पना सांगणारे नाही, तर प्रत्यक्षात अंमलात आणता येईल असे उपाय आणि उदाहरणे यामध्ये दिलेली आहेत.

माझ्या गावातील प्रत्येक व्यक्ती आर्थिकदृष्ट्या सक्षम व्हावी आणि **"पैशांचं झाड लावा, मस्त फळं खा!"** या तत्त्वावर समाज उभा राहावा, हीच माझी या पुस्तकामागील प्रेरणा आहे.

– प्रदीप पांढरे

आभार

(Acknowledgments)

प्रत्येक प्रवासात काही सहायक हात, प्रेरणादायक विचार, आणि प्रोत्साहन देणाऱ्या व्यक्तींचं महत्त्व असतं. या पुस्तकाचा प्रवासही अशाच काही विशेष लोकांच्या मदतीशिवाय पूर्ण होऊ शकला नसता. मी माझ्या मनापासून त्यांचे आभार मानतो.

परिवारासाठी विशेष धन्यवाद (Special Thanks to Family)

- **माझे आजोबा, वामन भीमाजी पांढरे [स्वर्गीय]:** त्यांच्या कष्टमय जीवनातून मला मेहनत, साधेपणा, आणि झाडं लावण्याचं महत्त्व शिकायला मिळालं. त्यांनी दिलेली प्रेरणा आजही माझ्या विचारांना आकार देते. त्यांच्या स्मृतींना माझा मानाचा मुजरा.
- **माझे वडील, एकनाथ वामन पांढरे:** त्यांनी कष्ट, शिस्त, आणि आयुष्यातील मूल्यं यांचं महत्त्व शिकवलं.
- **माझी आई, आशाबाई एकनाथ पांढरे:** ती नेहमी माझ्यावर विश्वास ठेवते आणि मी जे काही करतो, त्यामध्ये मला पाठिंबा देते. तिच्या विश्वासाने आणि प्रेमाने माझ्या प्रत्येक प्रयत्नाला उभारी मिळाली आहे.
- **माझी पत्नी, मंजुश्री:** तिच्या साथीनं आणि प्रोत्साहनाने मला या पुस्तकावर काम करण्यासाठी प्रेरणा मिळाली. तिचा आधार आणि समजूतदारपणा माझ्या यशाचा महत्त्वाचा भाग आहे.

- **माझा भाऊ, प्रमोद आणि त्याची पत्नी, पूजा:** त्यांचा माझ्यावरील आदर आणि सततचा पाठिंबा माझ्यासाठी खूप महत्त्वाचा आहे. त्यांनी मला नेहमी सन्मान दिला आणि प्रोत्साहन दिलं, ज्यामुळे मला आत्मविश्वासाने पुढे जाण्याची ताकद मिळाली.

- **माझे भाऊ महादेव पांढरे, राजेंद्र पांढरे आणि विकास पांढरे:** त्यांनी मला नेहमी आधार दिला आणि प्रोत्साहन दिलं. त्यांच्या मार्गदर्शनाने आणि सकारात्मक दृष्टिकोनाने मला प्रेरणा मिळाली आहे. त्याचं सहकार्य माझ्या प्रवासातील महत्त्वाचं पाऊल ठरलं.

- **माझ्या कुटुंबातील इतर सदस्य:** तुमचं प्रोत्साहन आणि साथ या प्रवासात अमूल्य ठरली.

गुरुजन आणि शिक्षकांचे आभार

माझ्या शिक्षण प्रवासातल्या प्रत्येक शिक्षकाला मनःपूर्वक धन्यवाद. त्यांनी माझ्या विचारांमध्ये शिस्त आणि ज्ञानाचा पाया घालण्याचं काम केलं.

मित्रमंडळी आणि सहकारी यांचे आभार

या प्रवासात साथ दिलेल्या माझ्या मित्रांचा मी विशेष आभारी आहे:

नवनाथ, धनराज, संतोष, गहिनीनाथ, निलेश, विशाल, देवराव (बाळू) मामा, कल्याणी आणि मनीषा माऊशी: तुमच्या प्रोत्साहनाने मला सतत प्रेरणा मिळाली. तुमचं मार्गदर्शन, सल्ले, आणि वेळोवेळी दिलेलं प्रोत्साहन माझ्यासाठी खूप महत्त्वाचं होतं.

वाचकांसाठी धन्यवाद

माझ्या वाचकांसाठी विशेष धन्यवाद! तुमचं प्रोत्साहन आणि जिज्ञासेचं योगदान मला अधिकाधिक प्रेरणा देतं. तुमचा विश्वास माझ्या लेखनाला पुढील पातळीवर नेईल.

प्रकाशक आणि संपादकांचे आभार

प्रकाशक, संपादक, आणि या पुस्तकाच्या निर्मितीत सहभागी असलेल्या प्रत्येक व्यक्तीने मेहनत घेतली आहे. त्यांचं मार्गदर्शन आणि सहकार्य यासाठी मनःपूर्वक आभार.

विशेष धन्यवाद

पर्यावरणासाठी कार्य करणाऱ्या संस्थांना, आर्थिक साक्षरतेवर काम करणाऱ्या तज्ज्ञांना, आणि ज्या प्रेरणादायी व्यक्तींनी या पुस्तकाचा विचार आकाराला आणला, त्यांना धन्यवाद.

शेवटचा शब्द

या पुस्तकाचा उद्देश वाचकांच्या आर्थिक प्रगतीला गती देणं आणि त्यांना समृद्ध बनवणं आहे. जर या पुस्तकातून तुम्हाला तुमच्या आर्थिक प्रवासाला प्रेरणा मिळाली असेल, तर त्याचं श्रेय माझ्या प्रेरणास्त्रोतांना आणि तुमच्या विश्वासाला जातं.

"तुमची आर्थिक बाग फुलण्यासाठी तुम्हाला खूप शुभेच्छा! तुमचं आर्थिक झाड उंच आणि मजबूत व्हावं, हीच माझी प्रार्थना आहे." 🌱

धन्यवाद!

आर्थिक प्रवासाची सुरुवात
(Starting the Financial Journey)

पैशाचं झाड ही एक प्रेरणादायी संकल्पना आहे, जी तुम्हाला आर्थिक प्रवासाचं महत्त्व पटवून देईल.

- **बीज:** आर्थिक सुरुवातीचे निर्णय – बचत करणं, बजेट तयार करणं.
- **मुळं:** आर्थिक शिस्त आणि दीर्घकालीन गुंतवणूक, जी आर्थिक स्थैर्याला बळकट आधार देते.
- **खोड:** गुंतवणुकीचे योग्य निर्णय, जे आर्थिक यशाचा पाया तयार करतात.
- **फांद्या:** विविध गुंतवणूक साधनांत पैसे विभागून जोखीम कमी करणं.
- **फुलं:** निष्क्रीय उत्पन्नाचे स्रोत, जे तुम्हाला सातत्यपूर्ण लाभ देतात.
- **फळं:** यशाची गोड फळं – आर्थिक स्थैर्य, स्वप्नपूर्ती, आणि आनंद.

ही संकल्पना समजून घेतल्यावर, तुम्ही तुमच्या आर्थिक झाडाची योग्य काळजी घेऊ शकाल. आर्थिक नियोजन, गुंतवणूक, आणि शिस्त यामधून तुम्ही तुमचं भविष्य सुंदर आणि सुरक्षित बनवू शकता.

चला, या प्रवासाला सुरुवात करूया – "पैशांचं झाड लावा, मस्तफळं खा!" 🌳

संपत्तीच्या बीया

(The Seeds of Wealth)

संपत्तीची वाढ ही झाडाच्या वाढीसारखी आहे—शिस्तबद्ध सुरुवात, योग्य काळजी, आणि सातत्य यामुळे ती फुलते. **बचत ही या प्रक्रियेची पहिली पायरी आहे.** जसं झाड उगवण्यासाठी योग्य बी लावावं लागतं, तसंच

आर्थिक स्थैर्य मिळवण्यासाठी बचत करणं आवश्यक आहे. जर आज आपण योग्य पायरी उचलली तर उद्या आर्थिक समृद्धीचा आनंद मिळवू शकतो.

१.१ बचत: संपत्ती निर्माण करण्याचा पाया (Savings: The Foundation of Wealth Creation)

बचत ही संपत्ती निर्माण करण्याचा मूलमंत्र आहे. लोक कामापर्यंत उत्तम असतात, पण पैसे हातात आले की लगेच खर्च करण्याकडे त्यांचा कल असतो. ही मानसिकता बदलणं आवश्यक आहे. कारण फक्त कष्ट करून संपत्ती निर्माण होत नाही; त्यासाठी बचतीची सवय असावी लागते.

बचतीचं महत्त्व:

- **आर्थिक सुरक्षा:** संकटाच्या वेळी बचतीचा उपयोग होतो.
- **भविष्याच्या संधी:** योग्य वेळी बचतीच्या माध्यमातून मोठ्या संधींचा लाभ घेता येतो.
- **गुंतवणुकीचा पाया:** बचत हे गुंतवणुकीसाठी पहिलं पाऊल आहे.

१.२ बजेटचं महत्त्व (Importance of Budgeting)

बजेट म्हणजे आर्थिक व्यवस्थापनाचं साधन. आपण शेतीवर किती खर्च करायचा, मजुरी किती द्यायची याचं बारकाईनं नियोजन करतो. पण घरगुती खर्च आणि बचतीकडे फारस लक्ष देत नाही.

बजेट तयार करण्याचे सोपे टप्पे:

- **उत्पन्नाचं विश्लेषण करा:** शेतीतून येणारा नफा, पगार, किंवा इतर मिळकत याचा हिशेब करा.

- **आवश्यक खर्च ओळखा:** घरगुती गरज, मुलांच्या शिक्षणाचा खर्च यांना प्राधान्य द्या.
- **अनावश्यक खर्च टाळा:** दारू, तंबाखू किंवा हौशीच्या खरेदीसाठीचा खर्च मर्यादित ठेवा.
- **नियमित बचतीचं नियोजन करा:** महिन्याला मिळकतीतून 10% रक्कम बाजूला ठेवा.

१.३ खर्चाचं नियोजन (Expense Planning)

खर्चावर नियंत्रण ठेवल्याशिवाय बचत करणं कठीण आहे. आपल्या हौशीमुळे बचत करणं शक्य होत नाही, आणि शेवटी संकटात पैसे नसल्याची खंत वाटते.

खर्चाचे नियोजन करण्यासाठी काही सोपे उपाय:

- **प्राथमिकता ठरवा:** फक्त आवश्यक गोष्टींवरच खर्च करा.
- **सावध रहा:** मोठ्या सवलतीच्या मोहात न पडता, त्या वस्तू गरजेच्या आहेत का हे ठरवा.
- **लहान बचत सुरू करा:** बाहेरचं खाणं कमी करा; महिन्याला 500 रुपये सुद्धा बचत करता येते.

१.४ बचतीची उदाहरणं (Examples of Savings)

बचत आणि नियोजनाचं महत्त्व विविध क्षेत्रांमध्ये पाहायला मिळतं.

१ शेतकरी जीवनातील बचतीचं उदाहरण

आमच्या गावचे किसनतात्या भाजीपाला लागवडीचे जाणकार आहेत. सुरुवातीला पारंपरिक पद्धतींमुळे जास्त पाण्याचा वापर होत होता, ज्यामुळे खर्चही वाढत होता. त्यांनी थोडीशी रक्कम बाजूला ठेवून

ठिबक सिंचन यंत्रणा बसवली. या प्रणालीमुळे पाण्याचा काटेकोर वापर होऊन वांगी, गवार, भेंडी, आणि कोथिंबीरसारख्या पिकांचं उत्पादन वाढलं. खर्च कमी झाल्याने आणि उत्पादन वाढल्याने त्यांचा नफा वाढला. किसनतात्यांनी दाखवून दिलं की योग्य नियोजन, बचत, आणि तंत्रज्ञानाचा उपयोग केल्यास कोणत्याही अडचणींवर मात करता येते. त्यांची गोष्ट प्रत्येकासाठी प्रेरणादायी आहे.

२ गृहिणीच्या बचतीचं उदाहरण

स्मिता एक गृहिणी आहे. तिला लक्षात आलं की प्रत्येक महिन्यात अन्नधान्य खरेदी करताना अनावश्यक खर्च होतो. तिने बजेट बनवून फक्त आवश्यक वस्तूंची यादी तयार केली. मोठ्या प्रमाणात खरेदी केल्यावर मिळणाऱ्या सवलतींचा वापर करून तिने पैसे वाचवायला सुरुवात केली. या बचतीतून तिने हळूहळू काही रक्कम बाजूला ठेवून सोनं खरेदी केलं, जे तिच्या भविष्याच्या सुरक्षिततेसाठी आहे.

३ विद्यार्थी जीवनातील बचतीचं उदाहरण

आर्यन हा अभियांत्रिकीचा विद्यार्थी आहे. त्याला महागडी पुस्तके खरेदी करणं परवडत नव्हतं. त्याने आपल्या मित्रांसोबत पुस्तकांची देवाणघेवाण करायला सुरुवात केली आणि जुनी, पण चांगल्या स्थितीतली पुस्तके विकत घेतली. या पद्धतीने त्याने पुस्तकांवर होणारा खर्च कमी केला आणि वाचलेल्या पैशांमधून अभ्यासासाठी ऑनलाइन कोर्सेस खरेदी केले.

४ लहान व्यावसायिकाचं उदाहरण

आदित्य हा एका छोट्या चहाच्या टपरीचा मालक आहे. त्याला वाटायचं की प्रत्येक महिन्याला चहा, साखर, आणि दूध यावर

जास्त खर्च होतो. त्याने मोठ्या पुरवठादाराशी थेट संपर्क साधून मोठ्या प्रमाणात खरेदी करण्याचा निर्णय घेतला. यामुळे त्याला सवलत मिळाली आणि खर्च कमी झाला. वाचलेल्या पैशांमधून त्याने टपरीवर टेबल-खुर्च्या बसवल्या, ज्यामुळे ग्राहकांचे समाधान वाढले आणि उत्पन्नातही वाढ झाली.

५ बँक कर्मचाऱ्याचं उदाहरण

आमचे बाबासाहेब दाजी बँकेच्या नोकरीत होते. त्यांनी आयुष्यभर दूरदृष्टी ठेवून विचार केला. नोकरी करताना त्यांनी काही प्लॉट खरेदी केले, जे त्यावेळी कमी किंमतीत उपलब्ध होते. त्यावेळी घेतलेला हा निर्णय त्यांचं दूरदृष्टीचं प्रतीक होतं. आज, निवृत्तीनंतर त्याच प्लॉटच्या किंमती अनेक पटींनी वाढल्या आहेत, ज्यामुळे त्यांना आर्थिकदृष्ट्या स्थिरता आणि समाधान लाभलं आहे.

६ आयटी कर्मचाऱ्याचं उदाहरण

सुमीत एका आयटी कंपनीत काम करतो. त्याला प्रत्येक महिन्याला आपल्या फूड डिलिव्हरी अँपवर जास्त पैसे खर्च होत असल्याचं जाणवलं. त्याने घरून डबा नेण्याचा निर्णय घेतला. या छोट्या बदलामुळे त्याने खूप पैसे वाचवले आणि त्यातून म्युच्युअल फंडमध्ये गुंतवणूक सुरू केली.

७ फिटनेस उत्साही व्यक्तीचं उदाहरण

रितिका फिटनेसची आवड असलेली व्यक्ती आहे. ती जिमच्या महागड्या फीवर पैसे खर्च करत होती. तिने घरच्या घरी व्यायाम करणं सुरू केलं आणि काही आवश्यक उपकरणं खरेदी केली. तिने पैशांची बचत केली आणि वाचवलेले पैसे हेल्दी आहारासाठी आणि योगा कोर्सेससाठी वापरले, ज्यामुळे तिच्या फिटनेसच्या प्रवासात सुधारणा झाली.

८ प्रवासाच्या खर्चात बचत

दीपकला दरवर्षी कुटुंबासोबत फिरायला जाण्याची आवड आहे. त्याने महागड्या हॉटेलांऐवजी होमस्टे आणि लोकल ट्रान्सपोर्टचा वापर केला. प्रवासात जास्त खर्च टाळून त्याने वाचवलेले पैसे पुढील सहलींसाठी बाजूला ठेवले.

हीच खरी बचतीची ताकद आहे—थोडकं बाजूला ठेवा आणि त्याला दीर्घकालीन दृष्टिकोन द्या. भविष्य सुंदर आणि आरामदायी होईल. हे सर्व उदाहरणं दाखवतात की विचारपूर्वक नियोजन करून कोणत्याही क्षेत्रात बचत करता येते आणि त्या बचतीतून भविष्यासाठी मजबूत आर्थिक पाया उभा करता येतो.

१.५ कर्जफेड आणि बचतीच संतुलन
(Balancing Debt Repayment and Savings)

कर्जफेड करताना बचत करणं हे कठीण वाटतं, पण योग्य नियोजनाने ते शक्य आहे.

- **उच्च व्याजाचं कर्ज आधी फेडा:** ज्या कर्जावर जास्त व्याज आहे, ते आधी फेडा.
- **आपत्कालीन निधी तयार ठेवा:** संकटाच्या वेळी उपयोगी पडेल असा निधी बाजूला ठेवा.
- **सुरुवात लहान रकमेपासून करा:** 500-1000 रुपयांची बचत करून सुरुवात करा.

निष्कर्ष (Conclusion)

प्रत्येक व्यक्तीला संपत्तीचं झाड लावता येतं, फक्त त्यासाठी बचतीचा पाया मजबूत करावा लागेल. आपल्या मेहनतीला जर योग्य आर्थिक

नियोजनाची जोड दिली तर **संपत्ती निर्माण करणं स्वप्र राहणार नाही,** ते वास्तव होईल.

कृतीशील आवाहन (Practical Guidance)

आजपासूनच बचतीचा श्रीगणेशा कराः

- ✓ ₹100 बाजूला ठेवून बचतीची सवय लावा.
- ✓ महिन्याचा खर्चाचा हिशेब तयार करा.
- ✓ अनावश्यक खर्च कमी करा.
- ✓ प्रत्येक महिन्याच्या उत्पन्नातून 5-10% रक्कम बचतीसाठी ठेवा.
- ✓ कर्जावर नियंत्रण ठेवा आणि वेळेत परतफेड करा.

"आता लावलेल्या बीमुळे उद्याचं झाड बहरतं!"

"तुमचं आर्थिक झाड उगवायला सज्ज व्हा आणि तुमच्या कुटुंबाचं भविष्य उज्ज्वल करा!" 🌱

मुळांची काळजी – आर्थिक शिस्त

(Roots of Financial Discipline)

जसं एक झाड आपल्या मुळांवर उभं राहतं, तसंच तुमचं आर्थिक यशाचं झाडही आर्थिक शिस्तीच्या मुळांवर टिकून उभं राहातं. जर मूळ मजबूत असतील, तर झाड वाऱ्यालाही ठामपणे तोंड देतं; याचप्रमाणे, आर्थिक

शिस्त पाळल्याशिवाय आर्थिक स्थैर्य मिळवणं अशक्य आहे. चला, या आर्थिक शिस्तीचा पाया अधिक घट्ट करूया.

२.१ आर्थिक शिस्त म्हणजे काय? (What is Financial Discipline?)

आर्थिक शिस्त म्हणजे **कमावलेल्या पैशाचा जबाबदारीने आणि योग्यरित्या उपयोग करणं.** यामध्ये नियोजनबद्ध बचत, गरज ओळखून खर्च, आणि दीर्घकालीन आर्थिक स्थैर्य निर्माण करण्यासाठी योग्य गुंतवणूक यांचा समावेश होतो.

आर्थिक शिस्तीचे मुख्य घटक:

- **नियमित बचत:** जरी रक्कम लहान असली तरी प्रत्येक महिन्यात थोडी रक्कम बाजूला ठेवा.
- **गरजेचा खर्च ओळखणं:** खर्च करताना "गरज आणि हौस" यात स्पष्ट फरक ओळखा.
- **कर्जाचं नियोजन:** घेतलेलं कर्ज वेळेत आणि जबाबदारीने फेडा.
- **लक्ष्य निश्चित करणं:** तुमच्या आयुष्याला योग्य दिशा देणारी आर्थिक ध्येयं ठरवा.

२.२ मुळांचा आधार – खर्चांचं नियोजन (Root Support – Planning Expenses)

जसं झाडाची वाढ मुळांच्या पोषणावर अवलंबून असते, तसंच तुमच्या आर्थिक स्थैर्याची उभारणी योग्य खर्च नियोजनावर अवलंबून आहे.

खर्च नियोजनासाठी सोपे नियम:

- **जीवनावश्यक गरजांना प्राधान्य द्या:** अन्न, निवारा, शिक्षण, आरोग्य यावर सर्वप्रथम खर्च करा.

- **साधं राहणं, उच्च विचार:** अनावश्यक खर्च टाळा आणि साधेपणा स्वीकारा.
- **कर्ज घेण्यापूर्वी विचार करा:** कर्जाची गरज आहे का, यावर दोनदा विचार करा.
- **रोजच्या खर्चांचं नियोजन करा:** छोटे-छोटे खर्चही मोठ्या बचतीत अडथळा बनू शकतात.

२.३ शिस्तबद्ध गुंतवणूक – मुळांचं पोषण (Disciplined Investment – Nurturing the Roots)

शिस्तबद्ध गुंतवणूक म्हणजे आर्थिक यशाचं पोषण. तुम्ही नियमित गुंतवणूक केलीत, तर संपत्तीचं झाड उंच आणि भरभराट होईल.

गुंतवणुकीचे नियम:

- **जोखीम समजून घ्या:** कोणत्याही गुंतवणुकीची जोखीम समजून मगच निर्णय घ्या.
- **नियमित गुंतवणूक करा:** थोडीशी का होईना, पण दर महिन्याला गुंतवणूक करत रहा.
- **लक्ष्य निश्चित करा:** गुंतवणुकीतून तुम्हाला काय मिळवायचं आहे, याचा विचार ठरवून करा.
- **दीर्घकालीन दृष्टिकोन ठेवा:** क्षणिक नफ्यापेक्षा दीर्घकालीन संपत्ती वाढवण्यावर भर द्या.

२.४ कर्जाचं व्यवस्थापन – मुळांना हानी होऊ देऊ नका (Debt Management – Protecting the Roots)

कर्ज योग्य प्रकारे हाताळलं नाही, तर ते आर्थिक मुळांना नुकसान पोहोचवू शकतं. कर्जाचा बोजा म्हणजे मुळांना हानी पोहोचवणारी कीड. योग्य नियोजन नसेल, तर कर्ज आर्थिक प्रगतीवर ब्रेक लावू शकतं.

कर्ज व्यवस्थापनाचे सोपे उपाय:

- **फक्त गरजेपुरतं कर्ज घ्या:** अनावश्यक खर्चांसाठी कर्ज घेणं टाळा.
- **कर्जफेडीचं नियोजन करा:** बजेट तयार करून वेळेवर परतफेड करा.
- **कमी व्याजदर निवडा:** फायद्याचा दर असलेलं कर्ज घ्या.
- **कर्ज फेडण्याला प्राधान्य द्या:** गुंतवणुकीपेक्षा आधी कर्ज फेडणं महत्त्वाचं आहे.

२.५ आपत्कालीन निधी – मुळांचं संरक्षण (Emergency Fund – Safeguarding the Roots)

जसं झाड संकटात टिकून राहतं, तसंच आर्थिक संकटांपासून स्वतःचं रक्षण करण्यासाठी आपत्कालीन निधी अत्यंत महत्त्वाचा आहे.

आपत्कालीन निधी तयार करण्याचे उपाय:

- **तीन ते सहा महिन्यांचे खर्च बाजूला ठेवा:** भविष्यातील अनपेक्षित अडचणींसाठी हा निधी उपयोगी ठरेल.
- **सुरक्षित ठिकाणी ठेवा:** सेव्हिंग अकाउंट किंवा लिक्विड म्युच्युअल फंड यासारख्या ठिकाणी निधी ठेवा.

- **संकटातच उपयोग करा:** गरज असल्याशिवाय या निधीला हात लावू नका.

निष्कर्ष (Conclusion)

आर्थिक शिस्त ही संपत्तीच्या झाडाची मुळं आहेत. बचत, गुंतवणूक, खर्च नियोजन, आणि कर्ज व्यवस्थापन यातून आर्थिक यशाचा पाया भक्कम करा.

"मुळं जितकी खोलवर रुजतील, तितकं झाड उंच उभं राहील."

तुमच्या आर्थिक मुळांची काळजी घ्या आणि तुमच्या स्वप्नांचं झाड फुलवा!

कृतीशील आवाहन (Practical Guidance)

- ✓ **बचत सुरू करा:** मासिक उत्पन्नातून किमान 10% रक्कम बचत खात्यात जमा करा.
- ✓ **खर्चांचं नियोजन करा:** गरजा आणि हौस ओळखा; अनावश्यक खर्च टाळा.
- ✓ **आपत्कालीन निधी तयार ठेवा:** संकट काळासाठी तीन महिन्यांचा खर्च बाजूला ठेवा.
- ✓ **कर्ज फेडीचं नियोजन करा:** वेळेत आणि जबाबदारीने कर्ज फेडा.
- ✓ **गुंतवणूक सुरू करा:** लहान रक्कम नियमितपणे गुंतवून मोठं संपत्तीचं झाड उभारा.

"आजपासून आर्थिक शिस्तीची पावलं उचला आणि तुमच्या भविष्याची बाग बहरवा!"

03

खोड – गुंतवणुकीच्या मूलभूत गोष्टी
(The Trunk – Basics of Investment)

झाडाचं खोड हे त्याचा आधारस्तंभ असतं, ज्यामुळे झाड जमिनीतून पोषण घेऊन आकाशाकडे उंचावू शकतं. आर्थिक झाडासाठी हे खोड म्हणजे गुंतवणुकीच्या मूलभूत तत्त्वांचं प्रतीक आहे. आर्थिक यशाचं झाड

उंच आणि मजबूत करायचं असेल, तर गुंतवणुकीच्या तत्त्वांवर भक्कम पाया तयार करणं महत्त्वाचं आहे. गुंतवणूक ही फक्त पैसे सांभाळण्याची कला नाही, तर ती त्यात वाढ कशी करायची हे शिकवते.

३.१ गुंतवणूक का करावी? (Why Invest?)

गुंतवणूक म्हणजे तुमच्या भविष्याची मजबूत तयारी. पैसा फक्त बँकेत ठेवला, तर महागाईमुळे त्याची किंमत हळूहळू कमी होते. मात्र, योग्य गुंतवणुकीतून तुम्ही तुमच्या पैशांची किंमत वाढवू शकता.

गुंतवणुकीचे प्रमुख फायदे:

- **मूलधन वाढ:** व्याज, लाभांश, किंवा नफा यामुळे तुमची संपत्ती वाढते.
- **महागाईवर मात:** गुंतवणूक तुम्हाला महागाईच्या परिणामांपासून संरक्षण देते.
- **आर्थिक स्थैर्य:** दीर्घकालीन गुंतवणूक तुमचं भविष्य अधिक सुरक्षित बनवते.

३.२ गुंतवणुकीचे प्रकार (Types of Investments)

तुमच्या आर्थिक ध्येयांनुसार आणि जोखीम स्वीकारण्याच्या तयारीनुसार विविध गुंतवणूक पर्याय उपलब्ध आहेत.

- **शेअर बाजार:** कंपन्यांच्या शेअर्समध्ये गुंतवणूक करून मोठा परतावा मिळवता येतो. मात्र, यामध्ये जोखीमही अधिक असते.
- **म्युच्युअल फंड्स:** गुंतवणूकदारांचा सामूहिक निधी व्यवस्थापनासाठी योग्य आणि तुलनेने कमी जोखमीचा पर्याय आहे.

- **बाँड्स:** निश्चित कालावधीनंतर व्याजासह परतावा देणारी सुरक्षित गुंतवणूक.
- **रिअल इस्टेट:** जमीन, घरं, किंवा इमारतींमध्ये गुंतवणूक करून दीर्घकालीन नफा मिळवता येतो.
- **सोनं आणि मौल्यवान धातू:** महागाईच्या काळात सोनं एक स्थिर पर्याय ठरतो. संकट काळातही याची किंमत टिकून राहते.

३.३ जोखीम व्यवस्थापन – खोडाला संरक्षण (Risk Management – Protecting the Trunk)

गुंतवणुकीसह जोखीम येते, पण योग्य नियोजन आणि व्यवस्थापनाने तुम्ही तिचा प्रभाव कमी करू शकता.

जोखीम व्यवस्थापनाचे सोपे नियम:

- **विविधता ठेवा:** सर्व पैसे एका गुंतवणुकीत न गुंतवता वेगवेगळ्या प्रकारांमध्ये गुंतवा.
- **तोल साधा:** जास्त जोखीम आणि कमी परतावा यामध्ये योग्य तोल राखा.
- **आपत्कालीन निधी तयार ठेवा:** अनपेक्षित परिस्थितीत आधार मिळेल.

३.४ दीर्घकालीन दृष्टिकोन – खोडाचा विकास (Long-Term Perspective – Growth of the Trunk)

गुंतवणूक ही संयमाची परीक्षा आहे. जसं झाडाचं खोड मोठं होण्यासाठी वेळ लागतो, तसंच गुंतवणुकीला परिपक्व होण्यासाठी वेळ द्यायला हवा.

दीर्घकालीन गुंतवणुकीचे फायदे:

- **कंपाउंडिंगची जादू:** व्याजातून व्याज मिळत राहिल्यामुळे मूळ गुंतवणूक अनेक पटींनी वाढते.
- **ताणमुक्तता:** बाजारातील चढ-उतारांवर लक्ष न देता दीर्घकालीन दृष्टी ठेवा.

३.५ गुंतवणूक शिस्त – खोडाचा पाया
(Investment Discipline – Trunk Foundation)

शिस्तीने केलेली गुंतवणूकच यशस्वी ठरते. जसे झाडाला नियमित पाणी आणि खत लागतं, तसेच गुंतवणुकीसाठी शिस्तीची गरज आहे.

गुंतवणुकीत शिस्त पाळण्याचे नियम:

- **नियमित गुंतवणूक:** दर महिन्याला ठराविक रक्कम गुंतवा.
- **भावनिक निर्णय टाळा:** बाजारातील घाईघाईने घेतलेल्या निर्णयांपासून सावध राहा.
- **वार्षिक पुनरावलोकन:** गुंतवणुकीचे परतावे आणि प्रगती वेळोवेळी तपासा.

निष्कर्ष (Conclusion)

गुंतवणुकीचं मजबूत खोड तयार केल्याशिवाय आर्थिक झाड उंच होऊ शकत नाही. योग्य नियोजन, शिस्त, आणि संयम यांच्या आधारे तुम्ही तुमच्या आर्थिक झाडाला उंच आणि मजबूत बनवू शकता.

कृतीशील आवाहन (Practical Guidance)

- ✓ **सुरुवात करा:** आजच तुमचं आर्थिक ध्येय ठरवा आणि पहिली गुंतवणूक करा.

- ✓ **नियम ठरवा:** दर महिन्याला गुंतवणुकीसाठी ठराविक रक्कम बाजूला ठेवा.

- ✓ **जागृत राहा:** बाजाराच्या जोखमी समजून घेत विविध गुंतवणुकीत पैसे गुंतवा.

- ✓ **दीर्घकालीन दृष्टिकोन ठेवा:** संयम ठेवा आणि सातत्याने गुंतवणूक करत राहा.

"आता वेळ आली आहे आर्थिक झाडाचं खोड मजबूत करण्याची! आजच तुमचं पहिलं पाऊल उचला आणि तुमच्या स्वप्नांचा मार्ग उजळवा!" ✍

04

फांद्या – विविधीकरणाचं महत्त्व

(Branches – The Importance of Diversification)

तुमचं आर्थिक झाड जितकं बळकट असेल, तितकंच त्याचं सौंदर्य
आणि उपयोग त्या झाडाच्या फांद्यांवर अवलंबून असतं. झाडावरच्या

फांद्यांमुळेच त्यावर पानं, फुलं, आणि फळं लागतात, जी त्याला उपयुक्त बनवतात. आर्थिकदृष्ट्या पाहिलं तर हे फांद्यासारखं विविधीकरण म्हणजेच गुंतवणुकीचं खरं सौंदर्य! विविधीकरण ही तुमच्या संपत्तीला सुरक्षित आणि परिणामकारक बनवणारी एक महत्त्वाची प्रक्रिया आहे. चला, विविधीकरणाचं महत्त्व आणि त्याचे फायदे जाणून घेऊया.

४.१ विविधीकरण म्हणजे काय? (What is Diversification?)

तुमचं सगळं आर्थिक जग एका साधनावर अवलंबून असणं जोखमीचं ठरू शकतं. याचं उत्तर म्हणजे **विविधीकरण.** यामध्ये तुमच्या संपत्तीची विभागणी केली जाते आणि ती वेगवेगळ्या साधनांमध्ये गुंतवली जाते.

उदाहरण द्यायचं झालं तर, झाडावरची एक फांदी तुटली तरी इतर फांद्यांमुळे झाड जिवंत राहतं; त्याचप्रमाणे, विविध गुंतवणुकींमुळे एका ठिकाणी झालेलं नुकसान तुमचं आर्थिक स्थैर्य बिघडवत नाही.

विविधीकरण का गरजेचं आहे?

- **जोखीम कमी करण्यासाठी**

  कल्पना करा, तुमची सगळी अंडी एका टोपलीत ठेवली आहेत. जर ती टोपली पडली, तर सगळी अंडी फुटणार, नाही का? अगदी त्याचप्रमाणे, सगळी बचत एका साधनात गुंतवणूक केल्यास, त्या साधनाचं नुकसान तुम्हाला मोठा आर्थिक फटका देऊ शकतं.

  म्हणूनच, म्युच्युअल फंडस्, शेअर्स, बँक ठेवी, स्थावर मालमत्ता यांसारख्या विविध साधनांमध्ये गुंतवणूक केल्याने जोखीम कमी होते.

- **नफा वाढवण्यासाठी**

विविध ठिकाणी पैसे गुंतविल्यास, एका ठिकाणी तोटा झाला तरी दुसऱ्या ठिकाणी नफा मिळू शकतो. यामुळे एकूण उत्पन्नाचा तोल राखता येतो.

- **महागाईचा सामना करण्यासाठी**

काही गुंतवणुकींमुळे महागाईला टक्कर देता येते, तर काही साधनं अस्थिर परिस्थितीत स्थैर्य देतात. योग्य विविधीकरण केल्यास महागाईला हरवणं शक्य होतं.

४.२ विविधीकरणाचे प्रकार (Types of Diversification)

- **आस्तित्व आधारित विविधीकरण (Asset-Based Diversification)**

शेअर्स, म्युच्युअल फंडस्, स्थावर मालमत्ता, सोने, बॉण्डस् यांसारख्या वेगवेगळ्या साधनांमध्ये गुंतवणूक करणे.

- **सेक्टर आधारित विविधीकरण (Sector Diversification)**

ऊर्जा, तंत्रज्ञान, औषधनिर्मिती अशा वेगवेगळ्या उद्योगांमध्ये गुंतवणूक करून, एका क्षेत्रातील तोट्याचा इतर क्षेत्रांवर परिणाम होऊ देऊ नका.

- **जागतिक विविधीकरण (Geographical Diversification)**

फक्त भारतातच नव्हे, तर परदेशातील गुंतवणुकींचाही विचार करा. वेगवेगळ्या देशांमध्ये गुंतवणूक केल्याने, एका देशातील संकटाचा तुमच्या गुंतवणुकीवर परिणाम होत नाही.

४.३ विविधीकरणाचं संतुलन कसं राखायचं? (How to Balance Diversification?)

विविधीकरण करायचं म्हणजे डोक्यावरून फांद्या वाढवायच्या नाहीत. योग्य प्रमाण राखूनच काम करायचं!

- **जोखीम स्वीकारण्याची क्षमता ओळखा**

  ज्यांना कमी जोखीम हवी आहे, त्यांनी स्थिर साधनांमध्ये गुंतवणूक करावी, तर जास्त जोखीम पत्करणारे शेअर बाजारासारख्या साधनांत पैसे गुंतवू शकतात.

- **तुमचं आर्थिक ध्येय ठरवा**

  दीर्घकालीन गुंतवणूक हवी असेल, तर उच्च जोखीम पत्करा. अल्पकालीन असल्यास सुरक्षित साधनं निवडा.

- **तुमचं उत्पन्न आणि खर्च लक्षात ठेवा**

  तुमच्या गरजा आणि बचतीवर आधारित गुंतवणूक ठरवा.

४.४ फांद्यांचं व्यवस्थापन – दीर्घकालीन महत्त्व (Branch Management – Long-Term Importance)

झाडाच्या फांद्या वाढतायत का? जास्त फळं लागतायत का? काही फांद्या कमकुवत तर नाही ना होत? हे जाणून घेणं अत्यंत महत्त्वाचं आहे.

- **पुनरावलोकन करा**

  तुमच्या गुंतवणुकीतून अपेक्षित परिणाम मिळतोय का? जिथे फायदा होत आहे, तिथे अधिक गुंतवा. जिथे जोखीम वाढतेय, तिथून योग्य वेळी बाहेर पडा.

- **नवीन साधनं स्वीकारा**

    गुंतवणुकीसाठी नवनवीन पर्यायांचा विचार करा आणि त्यांचा अभ्यास करून योग्य निर्णय घ्या.

निष्कर्ष (Conclusion)

गुंतवणूक म्हणजे झाड. त्याला मजबूत फांद्या म्हणजे विविधीकरण हवं. योग्य व्यवस्थापन, संतुलन, आणि नियोजनबद्ध दृष्टिकोन यामुळे तुमचं आर्थिक झाड फुलतं, सुरक्षित राहतं, आणि फळं देतं

कृतीशील आवाहन (Practical Guidance)

- ✓ **तुमच्या फांद्या तयार करा:** तुमचं आर्थिक ध्येय ठरवा आणि त्यानुसार शेअर्स, म्युच्युअल फंडस्, स्थावर मालमत्ता, सोने, आणि परदेशी गुंतवणुकींसारख्या साधनांमध्ये पैसे गुंतवा.
- ✓ **संतुलन ठेवा:** आपल्या जोखीम स्वीकारण्याच्या क्षमतेनुसार आणि उत्पन्नाच्या प्रमाणात विविध गुंतवणूक साधनांमध्ये योग्य संतुलन राखा.
- ✓ **पुनरावलोकन करा:** तुमच्या फांद्यांचं (गुंतवणुकीचं) नियमित परीक्षण करा. कमकुवत भाग बदलून नवनवीन साधनांचा स्वीकार करा.
- ✓ **शिकत राहा:** गुंतवणुकीसंबंधित नवनवीन ज्ञान मिळवत रहा आणि त्याचा उपयोग तुमच्या पोर्टफोलिओसाठी करा.

"आता वेळ आली आहे तुमचं आर्थिक झाड विविध फांद्यांनी सजवण्याची!" 🌳

फुलं – निष्क्रीय उत्पन्न

(Flowers – Passive Income)

जसं झाडाला फुलं आली की संपूर्ण बाग उजळून निघते, तसंच आर्थिक जगात निष्क्रीय उत्पन्न हे तुमच्या जीवनाचं सौंदर्य आणि संपन्नता वाढवतं. एकदा मेहनत किंवा गुंतवणूक केल्यानंतर, स्वतः काम न करता उत्पन्न

सुरू राहणं म्हणजेच निष्क्रीय उत्पन्न. हे आर्थिक स्वातंत्र्याचं बीज आहे, जे भविष्यात फुलं आणि फळांच्या रूपाने परत येतं.

५.१ निष्क्रीय उत्पन्न म्हणजे काय?
(What is Passive Income?)

निष्क्रीय उत्पन्न म्हणजे असं उत्पन्न जे एकदा मेहनत किंवा गुंतवणूक केल्यानंतर, सतत आणि नियमित येत राहतं. उदाहरणार्थ, एकदा झाड लावलं आणि त्याची योग्य काळजी घेतली, तर त्यावर फुलं आणि फळ आपोआप येतात.

महत्त्व काय?

- **आर्थिक स्वातंत्र्य:** महिन्याच्या पगारावर अवलंबून राहण्याची गरज संपते.
- **जोखीम कमी:** उत्पन्नाचे एकाहून अधिक स्रोत असल्यामुळे आर्थिक स्थैर्य निर्माण होतं.
- **उत्तम जीवनशैली:** वेळ आणि पैसा हाताशी असल्यावर, हवं तसं आयुष्य जगता येतं.

५.२ निष्क्रीय उत्पन्नाचे प्रकार
(Types of Passive Income)

तुमच्या गरजा, आवडी, आणि क्षमता यानुसार निष्क्रीय उत्पन्नाचे अनेक पर्याय उपलब्ध आहेत. योग्य पर्याय निवडून आर्थिक स्थैर्य साधता येऊ शकतं.

- **शेअर्स आणि म्युच्युअल फंड्सचे डिव्हिडंड्स**

शेअर मार्केटमध्ये गुंतवणूक करून तुम्हाला कंपन्यांच्या नफ्यातून डिव्हिडंड्स (भाग) मिळू शकतात. एकदा गुंतवणूक केल्यावर हे उत्पन्न नियमितपणे येऊ शकतं.

घर किंवा दुकान भाड्यानं देणं

तुमच्याकडे असलेली मालमत्ता (जसे की घर, दुकान किंवा गाळा) भाड्यानं दिल्यास महिन्याला स्थिर उत्पन्न मिळतं. ह्या उत्पन्नाला कमी जोखीम आणि दीर्घकालीन फायद्याची जोड असते.

एफडी आणि बॉण्ड्स

सुरक्षित आणि दीर्घकालीन गुंतवणुकीसाठी फिक्स्ड डिपॉझिट (एफडी) किंवा बॉण्ड्स एक उत्कृष्ट पर्याय ठरतात. यामध्ये तुम्हाला नियमित व्याज मिळतं, जे निष्क्रीय उत्पन्नाचा स्थिर स्रोत ठरतो.

ब्लॉगिंग किंवा यूट्यूब

तुमच्या आवडीनुसार ब्लॉगिंग, व्हिडिओ तयार करणं किंवा यूट्यूब चॅनेल चालवणं सुरू करू शकता. एकदा तुमचं कंटेंट लोकप्रिय झालं की, जाहिराती आणि स्पॉन्सरशिपमधून तुम्हाला उत्पन्न मिळू शकतं.

ई-कॉमर्स किंवा डिजिटल व्यवसाय

डिजिटल युगात ऑनलाइन व्यवसाय किंवा ई-कॉमर्स हा निष्क्रीय उत्पन्नाचा आणखी एक उत्तम प्रकार आहे. एकदा व्यवस्थित प्लॅटफॉर्म तयार केल्यावर, उत्पन्नाची सतत आवक होत राहते.

५.३ निष्क्रीय उत्पन्नासाठी सुरुवात कशी कराल?
(How to Start Earning Passive Income?)

तुमच्या आर्थिक झाडाचं बीज पेरण्याची पहिली पायरी म्हणजे योग्य साधन निवडणं.

- **साधन ओळखा:**

    तुमच्या आवडीनुसार गुंतवणुकीचा किंवा व्यवसायाचा प्रकार निवडा.

- **सुरुवातीला वेळ द्या:**

    ब्लॉग तयार करणं, घर खरेदी करणं किंवा गुंतवणूक सुरू करणं ह्यासाठी वेळ आणि प्रयत्न लागतील. पण एकदा पायाभूत काम पूर्ण झालं की, नंतर उत्पन्न सुरू राहील.

५.४ निष्क्रीय उत्पन्नाचं व्यवस्थापन
(Managing Passive Income)

निष्क्रीय उत्पन्नाचं झाड लावल्यानंतर ते टिकवण्यासाठी योग्य व्यवस्थापन महत्त्वाचं आहे.

- **नियमित पुनरावलोकन:**

    तुमचं उत्पन्न योग्य दिशेनं जातंय का हे वेळोवेळी तपासा.

- **जोखमीचं व्यवस्थापन:**

    विविध गुंतवणूक साधनांच्या सुरक्षिततेकडे लक्ष द्या.

- **पुनर्गुंतवणूक करा:**

    मिळालेला नफा पुन्हा गुंतवून उत्पन्नाचा स्रोत वाढवा.

निष्कर्ष (Conclusion)

"तुमच्या आर्थिक झाडाला फुलू द्या!"

निष्क्रीय उत्पन्न तुम्हाला आर्थिक स्वातंत्र्य आणि स्थैर्य देतं. आज पेरलेलं बीज उद्या तुमचं भविष्य घडवतं.

कृतीशील आवाहन (Practical Guidance)

"आता निष्क्रीय उत्पन्नाचं पाऊल उचला!"

- गुंतवणूक सुरू करा.
- लहान-लहान पावलांनी सुरुवात करा.
- दीर्घकालीन योजना तयार करा आणि त्यावर चिकाटीनं काम करा.

"फक्त सुरुवात करा, विश्वास ठेवा, आणि तुमचं आर्थिक झाड फुलांनी आणि फळांनी नक्कीच बहरेल!" 🌱

फळं – यशाची गोड फळं

(Fruits – Sweet Fruits of Success)

झाड कितीही मोठं झालं, त्याला फुलं कितीही आली, तरी खरी मजा ती फळं लागल्यावरच! हाच तो क्षण – आपल्या मेहनतीचं, धैर्याचं आणि

चिकाटीचं फलित. हीच ती यशाची गोड फळं, जी तुम्हाला आर्थिक, मानसिक आणि सामाजिक समृद्धी देतात.

पण इथेच गोष्ट संपत नाही. फळं उपभोगायची कशी, टिकवायची कशी, आणि पुढच्या पिढ्यांसाठी बीज कसं तयार करायचं, हे जाणून घेणं तितकंच महत्त्वाचं आहे. चला, या सगळ्या टप्प्यांवर सविस्तर चर्चा करूया.

६.१ यश म्हणजे काय? (What is Success?)

यश म्हणजे फक्त आर्थिक संपत्ती नव्हे, तर समाधान, स्थिरता, आणि आनंद यांचा त्रिवेणी संगम आहे. पैसा हा यशाचा एक भाग आहे, पण अंतिम ध्येय नाही. यशाचं खरं मोल तुमच्या मनःशांतीत, कुटुंबीयांच्या समाधानात, आणि समाजात तुमचं स्थान उंचावण्यात आहे.

यशाचं महत्त्व:

- **आर्थिक स्थिरता:** तुमचं भविष्य सुरक्षित करतं आणि तुम्हाला स्वावलंबी बनवतं.
- **स्वप्नपूर्ती:** तुमच्या आणि तुमच्या कुटुंबाच्या इच्छा पूर्ण करण्याची ताकद देते.
- **आदर आणि प्रेरणा:** तुमचं उदाहरण पाहून इतर लोक प्रेरणा घेतात, आणि तुम्ही समाजासाठी आदर्श बनता.

६.२ फळं लागण्यासाठीची तयारी (Preparing for Fruits)

फळं लागण्यासाठी झाडाची निगा राखावी लागते. त्याला योग्य वेळी पाणी, खत आणि काळजीची गरज असते. तसंच यशासाठी तुमच्या आर्थिक

झाडाची चांगली काळजी घ्या. मेहनत, शिस्त, आणि सातत्य यावरच तुमचं यश अवलंबून आहे.

महत्त्वाचे मुद्दे:

- **धैर्य ठेवा:** जसं झाडाला फळ येण्यासाठी वेळ लागतो, तसंच यश मिळण्यासाठी संयम महत्त्वाचा असतो.
- **सातत्यपूर्ण गुंतवणूक:** रोज पाणी घालणं जसं आवश्यक आहे, तसंच सातत्याने वेळ आणि पैसा गुंतवणं गरजेचं आहे.
- **वाढीवर लक्ष ठेवा:** झाड वाढतंय का, हे बघितल्याशिवाय त्याचं फळ मिळणार नाही; तसंच तुमच्या गुंतवणुकीचं निरीक्षण करा आणि सुधारणा करा.

६.३ यशाची गोडी कशी उपभोगावी?
(How to Enjoy the Sweetness of Success?)

फळं लागली की, ती गोडीने आणि शहाणपणाने उपभोगायला हवीत. तुमचं यश म्हणजे तुमच्या मेहनतीचं गोड प्रतिफळ आहे, पण त्यातून समाधान मिळवणं आणि सकारात्मक बदल घडवणं हे खूप महत्त्वाचं आहे.

काय कराल?

- **स्वप्नपूर्ती:** यशाचा उपयोग तुमच्या वैयक्तिक आणि कौटुंबिक स्वप्नांना साकार करण्यासाठी करा.
- **संतुलन ठेवा:** आर्थिक यशाबरोबर मानसिक आणि कौटुंबिक शांततेची जपणूक करा.
- **समाजासाठी योगदान द्या:** तुमच्या यशाचा एक भाग इतरांसाठी वापरा. तुमच्या ज्ञानाचा, वेळेचा, किंवा आर्थिक साधनांचा उपयोग इतरांना मदत करण्यासाठी करा.

६.४ फळं टिकवण्यासाठी व्यवस्थापन
(Managing to Preserve Fruits)

मिळालेलं यश टिकवणं तितकंच महत्त्वाचं आहे जितकं ते मिळवणं. योग्य व्यवस्थापन आणि नव्या गुंतवणुकीच्या माध्यमातून तुम्ही तुमच्या यशाला अधिक दृढ करू शकता.

काय कराल?

- **यशाचं संरक्षण:** मिळालेल्या फळांचा अनावश्यक खर्च टाळा आणि त्याचं व्यवस्थापन शिस्तीत करा.
- **पुनर्गुंतवणूक:** फळांतून मिळालेल्या बियाण्यांमधून नवीन झाडं उगवा – म्हणजेच नवनवीन गुंतवणूक संधी शोधा.
- **नवीन साधनं:** तुमच्या यशाचा विस्तार करण्यासाठी आधुनिक तंत्रज्ञान आणि साधनं वापरा.

६.५यशाचा दीर्घकालीन आनंद (Long-Term Joy of Success)

यशाची गोडी फक्त काही काळासाठी नसावी, तर ती दीर्घकाल टिकावी. मिळालेलं यश फक्त उपभोगून संपवायचं नाही, तर पुढच्या पिढ्यांसाठी भक्कम पायाभूत रचना निर्माण करायची आहे.

उपाय:

- तुमच्या यशाचं दीर्घकालीन नियोजन करा.
- तुमचं ज्ञान, अनुभव, आणि संपत्ती पुढच्या पिढ्यांना हस्तांतरित करा.
- समाजासाठी कायमस्वरूपी बदल घडवणारे उपक्रम राबवा.

निष्कर्ष (Conclusion)

यश म्हणजे मेहनतीचं गोड फळ आहे, पण त्याचा अर्थ फक्त आर्थिक लाभांपुरता मर्यादित नाही. समाधान, आनंद, आणि स्थिरता हे खरं यश आहे. झाड लावणं, त्याला फुलवणं, आणि त्याची फळं टिकवून पुढील पिढ्यांसाठी बीज तयार करणं ही प्रक्रिया यशाचं खऱ्या अर्थिने व्यवस्थापन आहे. फळं उपभोगताना शहाणपणा आणि उदारता ठेवणं, समाजासाठी योगदान देणं, आणि दीर्घकालीन आनंद मिळवणं हे महत्त्वाचं आहे.

कृतीशील आवाहन (Practical Guidance)

आजपासून एक ठोस कृती करा:

- ✓ **स्वतःचं आर्थिक झाड फुलवा:** दर महिन्याला ठराविक रक्कम गुंतवायला सुरुवात करा.
- ✓ **प्रगतीचं मूल्यमापन करा:** आपल्या आर्थिक व्यवस्थापनाचा आढावा घ्या आणि सुधारणा करा.
- ✓ **सामाजिक योगदान:** आपल्या यशातून इतरांना प्रेरणा देण्यासाठी वेळ, ज्ञान, किंवा आर्थिक मदत द्या.
- ✓ **पुनर्गुंतवणूक करा:** मिळालेल्या फळांतून नवीन झाडं उगवा, म्हणजेच नवीन संधी शोधा आणि त्यात गुंतवा.

"ठरवा की तुमचं यश फक्त तुमचं नसून, ते तुमच्या कुटुंबाचं, गावाचं, आणि समाजाचं भलं करणार आहे. चला, पुढील पिढ्यांसाठी यशाचं मजबूत झाड तयार करूया!" 🌱

झाडाची काळजी – जोखमीचं व्यवस्थापन

(Caring for the Tree – Risk Management)

जसं आपण झाड लावतो, त्याचं पालनपोषण करतो, त्याला वेळोवेळी खतपाणी घालतो, आणि त्याचं संरक्षण करतो, तसंच आर्थिक गुंतवणुकीचंही आहे. आर्थिक यश मिळवायचं असेल तर गुंतवणुकीतील जोखीम ओळखणं, त्याचं योग्य व्यवस्थापन करणं, आणि ती सुरक्षित ठेवणं हे अत्यंत महत्त्वाचं आहे.

७.१ जोखमीचं महत्त्व (Importance of Risk)

जोखीम म्हणजे आपल्या प्रवासातील अपरिहार्य भाग आहे. जसं शेतात पेरलेलं बीज उगवण्यासाठी हवामान, कीड, आणि पाण्याची योग्य व्यवस्था आवश्यक असते, तसंच आर्थिक गुंतवणुकीत यशस्वी होण्यासाठी जोखीम समजून घेणं महत्त्वाचं असतं. **जोखीम ही गतीरोधक नसून, ती तुमच्या आर्थिक योजनेचा एक भाग आहे.**

जोखमीचं महत्त्व:

- **संरक्षण:** जोखीम समजून घेतल्यामुळे तुम्ही तुमचं आर्थिक भवितव्य अधिक सुरक्षित करू शकता.
- **संभाव्यता वाढवणं:** योग्य जोखीम व्यवस्थापनाने यशाच्या संधी वाढवता येतात.
- **दृष्टीकोन तयार करणं:** अनपेक्षित अडचणींचा सामना करताना आत्मविश्वास वाढतो.

७.२ जोखमींची ओळख (Identifying Risks)

"सावधगिरी हाच शहाणपणाचा मार्ग आहे." गुंतवणुकीत जोखीम ओळखल्याशिवाय यशस्वी होणं कठीण आहे. जसं शेतात रोगराई येऊ नये म्हणून आपण वेळेत कीडनाशकं वापरतो, तसंच गुंतवणुकीतील जोखमींचं निरीक्षण करणं गरजेचं आहे.

प्रमुख जोखीम ओळखण्याचे मार्ग:

- **बाजाराचा अभ्यास:** बाजारातील चढ-उतार आणि जागतिक आर्थिक परिस्थितीचा अंदाज लावा.
- **व्यवसाय धोके:** कंपनीच्या धोरणातले किंवा व्यवस्थापनातले बदल समजून घ्या.
- **नैसर्गिक आणि अनपेक्षित आपत्ती:** हवामान, जागतिक संकटं यांचा गुंतवणुकीवर होणारा परिणाम ओळखा.

७.३ जोखमींचं व्यवस्थापन (Managing Risks)

गुंतवणुकीत यशस्वी होण्यासाठी जोखीम व्यवस्थापन हा कणा आहे. **जोखीम कमी करणं म्हणजे ती पूर्णपणे टाळणं नव्हे, तर त्याला योग्य प्रकारे सामोरे जाणं आहे.**

जोखीम व्यवस्थापनासाठी प्रभावी पद्धती:

- **विविधीकरण (Diversification):** सर्व पैसे एका ठिकाणी गुंतवणुकीसाठी न ठेवता वेगवेगळ्या क्षेत्रांत गुंतवा. उदाहरणार्थ, शेअर्स, म्युच्युअल फंड, सोनं, रिअल इस्टेट यांचा योग्य समतोल साधा.
- **संशोधन (Research):** गुंतवणुकीपूर्वी त्या क्षेत्राचा सखोल अभ्यास करा. कंपनीच्या ताळेबंद, व्यवसाय मॉडेल, आणि भविष्यकालीन योजनांची माहिती घ्या.
- **सुरक्षा साधनं (Protective Measures):** विमा पॉलिसी, आपत्कालीन निधी, आणि आर्थिक सल्लागार यांचा योग्य वापर करा.
- **लघुकालीन व दीर्घकालीन योजना:** तुमच्या गुंतवणुकीचं उद्दिष्ट स्पष्ट ठेवा, ज्यामध्ये कमी आणि दीर्घकालीन फळ मिळतील.

७.४ यशस्वी जोखीम व्यवस्थापन (Successful Risk Management)

जोखीम व्यवस्थापन केल्याने तुमचं आर्थिक झाड फुलतं आणि टिकतं. **हे फक्त तुम्हाला आर्थिक यश देत नाही, तर मानसिक शांतताही देतं.**

यशस्वी व्यवस्थापनाचे फायदे:

- **गुंतवणूक टिकवणे:** जोखीम ओळखून ती कमी केल्यामुळे आर्थिक नुकसान टाळता येतं.
- **स्थैर्य निर्माण करणं:** जोखीम व्यवस्थापन आर्थिक स्थैर्य देतं, जे दीर्घकाळ टिकणारं असतं.
- **आत्मविश्वास वाढवणं:** व्यवस्थित योजना केल्यामुळे निर्णय घेण्याचा आत्मविश्वास मिळतो.

७.५ दीर्घकालीन यशासाठी जोखीम व्यवस्थापन (Long-Term Success through Risk Management)

दीर्घकालीन आर्थिक यश मिळवायचं असेल तर **जोखीम व्यवस्थापनाला आपल्या आर्थिक जीवनाचा अविभाज्य भाग बनवा.** जसं झाड वाढत असताना वेळोवेळी खतपाणी घालावं लागतं, तसंच तुमच्या गुंतवणुकीत सुधारणा करत राहणं गरजेचं आहे.

दीर्घकालीन यशासाठी काही उपाय:

- वेळोवेळी गुंतवणुकीचा आढावा घ्या.
- नवनवीन गुंतवणूक संधी शोधा.
- जोखीम व्यवस्थापनासाठी तज्ञांची मदत घ्या.
- आर्थिक धोरणात लवचिकता ठेवा.

निष्कर्ष (Conclusion)

जोखीम व्यवस्थापन ही आर्थिक यशाची गुरुकिल्ली आहे. जसं झाड उंच वाढण्यासाठी खतं, पाणी, आणि सूर्यप्रकाश महत्त्वाचा असतो, तसंच गुंतवणुकीसाठी जोखीम व्यवस्थापन आवश्यक आहे. जोखीम ओळखा, योग्य उपाय करा, आणि तुमचं आर्थिक झाड फुलवा, वाढवा, आणि त्याचं फळ टिकवा.

कृतीशील आवाहन (Practical Guidance)

"आजपासूनच सुरुवात करा!"

- **जोखमींचा अभ्यास करा:** तुमच्या गुंतवणुकीच्या संभाव्य जोखीमांची यादी तयार करा.
- **विविधीकरण करा:** गुंतवणुकीत योग्य संतुलन साधा.
- **संशोधन वाढवा:** तुमच्या आर्थिक निर्णयांवर आधारित माहिती गोळा करा.
- **सुरक्षा उपाययोजना आखा:** विमा आणि आपत्कालीन निधी तयार ठेवा.

"जोखीम टाळता येणार नाही, पण ती ओळखून त्याचा सामना करणं हेच खऱ्या अर्थाने यशस्वी गुंतवणुकीचं रहस्य आहे. योग्य काळजी घ्या आणि तुमचं आर्थिक झाड फुलवा, वाढवा, आणि ते टिकवा!" 🌱

बाग वाढवा – आर्थिक प्रगतीसाठी एकत्रित प्रयत्न

(Growing the Garden – Collaborative Efforts for Financial Growth)

आर्थिक प्रगती म्हणजे वैयक्तिक आणि सामुदायिक स्थैर्य, सुरक्षितता, आणि आनंद मिळवण्यासाठी केलेले प्रयत्न. जसं एक सुंदर बाग फुलवण्यासाठी वेगवेगळ्या घटकांचा समन्वय आवश्यक असतो, तसंच आर्थिक प्रगतीसाठीही सर्वांचे सहकार्य, नवनवीन कल्पना, आणि दीर्घकालीन दृष्टिकोन महत्त्वाचे ठरतात. चला, बागेच्या या रूपकाचा आधार घेत आर्थिक प्रगतीसाठी एकत्रित प्रयत्नांबद्दल जाणून घेऊया.

८.१ आर्थिक प्रगतीचा अर्थ (Meaning of Financial Growth)

आर्थिक प्रगतीचा उद्देश केवळ पैसा कमवणं हा नाही, तर ती व्यक्तिगत समाधान, कुटुंबाचं स्थैर्य, आणि समाजाच्या विकासाला प्रोत्साहन देण्याचा मार्ग आहे.

- **वैयक्तिक आर्थिक प्रगती:** आपल्यासाठी आणि कुटुंबासाठी आर्थिक स्थैर्य मिळवणं, गरजा पूर्ण करणं, आणि भविष्यासाठी बचत करणं.
- **सामुदायिक आर्थिक प्रगती:** आपल्या परिसरातील सर्वांसाठी संधी निर्माण करणं, रोजगारनिर्मिती करणं, आणि आर्थिक विकासाला गती देणं.

८.२ एकत्रित प्रयत्नांचं महत्त्व (Importance of Collaborative Efforts)

एकत्रित प्रयत्न हे आर्थिक प्रगतीचं मूळ आहेत. जसं झाड वाढण्यासाठी माती, पाणी, सूर्यप्रकाश, आणि खत एकत्र येतात, तसंच वैयक्तिक आणि सामुदायिक पातळीवर एकत्र काम केल्याशिवाय आर्थिक प्रगती शक्य होत नाही.

- **सामाजिक सहकार्य:** मोठी उद्दिष्टं साध्य करण्यासाठी एकत्र काम करणं आवश्यक असतं. यामुळे कुटुंब, गाव, आणि समाज एकत्र येऊन आर्थिक सक्षमता निर्माण करू शकतो.

- **संकल्पनेतून कृतीकडे प्रवास:** कल्पना रेखाटून त्या अंमलात आणण्यासाठी सर्वांनी एकत्र येणं गरजेचं आहे. यामुळे मोठ्या आर्थिक योजना राबवता येतात.

८.३ आर्थिक प्रगतीसाठी सोपे उपाय (Simple Steps for Financial Growth)

- आर्थिक साक्षरतेचा प्रचार

  - ➢ बजेट तयार करणं, बचत करणं, आणि गुंतवणूक करणं शिकण्यासाठी कार्यशाळा आयोजित करा.
  - ➢ मुलांना लहान वयापासून आर्थिक ज्ञान द्या, जसे की पैशाचं महत्त्व आणि योग्य वापर.

- स्वयंरोजगाराचं प्रोत्साहन

  - ➢ स्थानिक उत्पादने, जसे की हस्तकला, खाद्यपदार्थ, आणि वस्त्रनिर्मिती, यांना चालना द्या.
  - ➢ छोटे उद्योग सुरू करण्यासाठी सहकारी गट तयार करा आणि निधीची व्यवस्था करा.

- तंत्रज्ञानाचा उपयोग

  - ➢ डिजिटल तंत्रज्ञानाद्वारे स्थानिक उत्पादनं राष्ट्रीय आणि जागतिक बाजारपेठेत पोहोचवा.
  - ➢ ऑनलाईन शिक्षण आणि डिजिटल व्यवसाय संधींचा लाभ घ्या.

- **पर्यावरणपूरक प्रकल्प**

  - ➢ झाडं लावून फळझाडं, औषधी वनस्पती, आणि वनसंपत्ती वाढवा.

  - ➢ वृक्षारोपणाच्या माध्यमातून पर्यावरणाचं संरक्षण करा आणि उत्पन्नाचे स्रोत तयार करा.

- **सामूहिक निधी उभारणी**

  - ➢ बचत गट तयार करून निधी जमा करा आणि मोठ्या योजना राबवा.

  - ➢ सामुदायिक बँक किंवा निधी व्यवस्थापन यंत्रणा उभारून गावातील लोकांना आर्थिक मदत द्या.

८.४ आर्थिक बाग – भविष्याचा पाया (Financial Garden – Foundation for the Future)

जसं बागेत लावलेली झाडं फळं देतात, तसंच सामूहिक प्रयत्नांतून आर्थिक सुरक्षितता आणि स्थैर्य निर्माण होतं.

- **गुणवत्तापूर्ण जीवन:** प्रत्येक व्यक्तीला आर्थिक प्रगतीतून समाधान आणि स्थैर्य मिळतं.
- **भावी पिढीसाठी आधार:** सामुदायिक प्रयत्न भविष्याच्या पिढ्यांना लाभदायक ठरतात.
- **गुणवत्तापूर्ण जीवन:** आर्थिक प्रगतीमुळे व्यक्ती आणि समाजाचं जीवनमान उंचावतं.
- **भावी पिढ्यांसाठी आधार:** सामूहिक प्रयत्नांमुळे पुढील पिढ्यांसाठी आर्थिक पायाभूत सुविधा आणि संधी उपलब्ध होतात.

निष्कर्ष (Conclusion)

आर्थिक प्रगती म्हणजे केवळ पैसा मिळवणं नाही, तर स्थैर्य, सुरक्षितता आणि आनंद मिळवणं आहे. व्यक्ती आणि समुदायाच्या एकत्रित प्रयत्नांमुळे आर्थिक प्रगती साधता येते. शिक्षण, स्वयंरोजगार, तंत्रज्ञानाचा वापर, वृक्षारोपण आणि सामूहिक निधी उभारणी यांसारख्या उपायांनी आर्थिक बाग तयार होऊ शकते.

सामाजिक सहकार्याने मोठ्या उद्दिष्टांची प्राप्ती शक्य आहे. "एकत्र काम करा, आर्थिक साक्षरता वाढवा, स्थानिक उत्पादनांना प्रोत्साहन द्या, पर्यावरणपूरक प्रकल्प राबवा, आणि सामूहिक योजनेसाठी योगदान द्या.

कृतीशील आवाहन (Practical Guidance)

आर्थिक प्रगतीसाठी प्रत्येक व्यक्तीने ठोस पावलं उचलणं गरजेचं आहे. तुमचं आणि तुमच्या समाजाचं आर्थिक भविष्य उज्ज्वल करण्यासाठी खालील उपाय अमलात आणा:

- ✓ **आर्थिक साक्षरतेसाठी पुढाकार घ्या:**
  - प्रत्येक कुटुंबाने बजेट तयार करायला सुरुवात करा.
  - आपल्या परिसरात आर्थिक साक्षरता कार्यशाळा किंवा चर्चासत्रं आयोजित करा.
  - मुलांना लहान वयापासून पैसे व्यवस्थापनाचं शिक्षण द्या.

- ✓ **स्थानिक उत्पादनांना चालना द्या:**
  - गावातील हस्तकला, अन्नप्रक्रिया, आणि छोटे व्यवसाय प्रोत्साहित करा.

- स्थानिक उत्पादने डिजिटल प्लॅटफॉर्मवर विकण्याच्या योजना आखा.

✓ **पर्यावरणपूरक प्रकल्प राबवा:**

- फळझाडं, औषधी झाडं, आणि इतर आर्थिकदृष्ट्या फायदेशीर झाडं लावा.
- वनीकरण आणि पर्यावरण संवर्धनासाठी गावातील लोकांना प्रोत्साहन द्या.

✓ **सहकारी गट तयार करा:**

- एकत्रित बचतीसाठी आणि छोटे उद्योग सुरू करण्यासाठी बचत गट किंवा सहकारी संस्थांची स्थापना करा.
- मोठ्या योजनांसाठी निधी उभारणीसाठी गावातील लोकांना एकत्र आणा.

✓ **तंत्रज्ञानाचा वापर करा:**

- डिजिटल शिक्षण आणि कौशल्य विकासासाठी ऑनलाईन कोर्सेसचा लाभ घ्या.
- स्थानिक उत्पादनं राष्ट्रीय आणि आंतरराष्ट्रीय बाजारपेठेत पोहोचवण्यासाठी ई-कॉमर्सचा वापर करा.

✓ **स्वयंरोजगार प्रकल्प सुरू करा:**

- गरजेनुसार प्रशिक्षण देऊन रोजगारनिर्मितीच्या नवीन संधी उभारून गावाचं अर्थकारण सुधारवा.
- महिलांसाठी आणि युवकांसाठी छोटे उद्योजकता प्रकल्प सुरू करा.

✓ **सामूहिक निधी उभारणी करा:**

- गावात सामुदायिक बँक किंवा निधी व्यवस्थापन यंत्रणा सुरू करून सर्वांना आर्थिक मदतीची संधी द्या.
- आपत्ती निवारणासाठी एकत्रित निधी तयार ठेवा.

"एकत्र काम करू, आर्थिक बाग फुलवू, आणि उज्ज्वल भविष्याचा पाया घालू!"

निष्कर्ष: स्वतःची आर्थिक बाग उभी करा

(Conclusion – Build Your Financial Garden)

"पैशांचं झाड लावा, मस्तफळं खा!" ही म्हण आयुष्याचं एक महत्त्वाचं सत्य सांगते. जशी झाडं लावून काळजीपूर्वक त्यांची निगा राखल्यास ती तुम्हाला भरभरून फळं देतात, तशीच आर्थिक बाग उभी केल्यास प्रत्येकजण मेहनतीच्या फळाचा आनंद घेऊ शकतो. आर्थिक यश हा फक्त कमाई करणाऱ्यांसाठी नसून, कोणत्याही वयोगटातील, व्यवसायातील, किंवा परिस्थितीतील व्यक्तींसाठी आहे.

ही आर्थिक बाग उभी करताना केवळ पैशाचा विचार न करता, शिस्त, बचत, गुंतवणूक, आणि सातत्य यांचा आधार घ्यावा लागतो. या पुस्तकात आपण सर्वांसाठी लागू होईल असा आर्थिक प्रगतीचा मार्ग मांडला आहे.

९.१ आर्थिक बाग तयार करण्याच्या पायऱ्या (Steps to Build Your Financial Garden)

आर्थिक बाग फुलवण्यासाठी प्रत्येकजण काही साधी पण परिणामकारक पायऱ्या पाळू शकतो:

- **१०% बचतीची सवय लावा**

  तुम्ही कितीही कमवत असलात किंवा कितीही मिळकत असली, त्यातील किमान १०% भाग बाजूला ठेवा.

  - ➢ **नोकरी करणारे:** तुमच्या मासिक पगाराच्या काही भागाची बचत करा.
  - ➢ **व्यावसायिक:** तुमच्या कामातून मिळालेल्या नफ्याचा एक भाग बचतीसाठी ठेवा.
  - ➢ **शेतकरी:** उत्पादनावर मिळालेल्या नफ्यापैकी एक भाग हवामान, आपत्ती किंवा आणखी पिकांच्या गुंतवणुकीसाठी बाजूला ठेवा.

- ➤ **कला क्षेत्रातील व्यक्ती:** तुम्ही मिळवलेल्या फायद्याच्या काही भागाला दीर्घकालीन बचत म्हणून ठेवा.
- ➤ **इंजिनियरिंग/तंत्रज्ञान क्षेत्रातील कर्मचारी:** पगारातील काही टक्का विविध गुंतवणूक साधनांमध्ये वापरून बचत करा.
- ➤ **उद्योजक:** तुमच्या व्यवसायाच्या कमाईतून थोडा पैसा दीर्घकालीन स्थिरतेसाठी बाजूला ठेवा.
- ➤ **वृद्ध/निवृत्त व्यक्ती:** तुम्ही साठवलेल्या पैशापैकी काही भाग भविष्यातील आवश्यकतेसाठी राखून ठेवा.
- ➤ **स्वयंरोजगार करणारे:** व्यवसायातून मिळणाऱ्या नफ्याचा भाग बचतीसाठी वेगळा ठेवा.
- ➤ **गृहिणी:** घरखर्चातून थोडी रक्कम वाचवून ती बचत म्हणून ठेवता येईल.
- ➤ **विद्यार्थी:** शिष्यवृत्ती किंवा खिसखर्चातून थोडी रक्कम बाजूला ठेवा

लाभ:

- ➤ ही बचत हळूहळू मोठ्या निधीत रूपांतरित होईल.
- ➤ आपत्तीच्या वेळी ही बचत तुमचं आर्थिक कवच बनेल.

- **शिस्तबद्ध आर्थिक नियोजन करा**

- ➤ तुमच्या खर्चाचा हिशोब ठेवा.
- ➤ गरजेच्या गोष्टींवरच खर्च करा आणि अनावश्यक खर्च टाळा.
- ➤ बजेट तयार करा आणि त्यामध्ये बचतीला महत्त्व द्या.

उदाहरण:

जर एखाद्या शेतकऱ्याचा महिन्याला ₹२०,००० चा नफा होतो, तर त्यातील ₹२,००० बचत म्हणून ठेवून उर्वरित रक्कम आवश्यक खर्चासाठी वापरा.

- **गुंतवणुकीचे महत्त्व समजून घ्या**

  ➢ बचत ही फक्त बँकेत ठेवण्याऐवजी योग्य साधनांमध्ये गुंतवा.

  ➢ म्युच्युअल फंड, शेअर बाजार, शेतीसाठी आधुनिक साधनं किंवा पशुधन यामध्ये गुंतवणूक करा.

- **लघुकाळ आणि दीर्घकालीन उद्दिष्टं ठरवा**

  तुमच्या आर्थिक गरजा आणि स्वप्नं यासाठी नियोजन करा.

  लघुकाळ: ६ महिन्यांच्या खर्चाचा आकस्मिक फंड तयार करा.

  दीर्घकालीन: घर बांधणे, मुलांच्या शिक्षणाचा खर्च, किंवा निवृत्तीनंतरची गरज भागवण्यासाठी योजना करा.

- **सामुदायिक सहकार्य घ्या**

  ➢ कुटुंबातील प्रत्येकाला बचतीचं महत्त्व समजवा.

  ➢ गावात किंवा सोसायटीमध्ये बचत गट (Self Help Group) तयार करा.

  ➢ सामूहिक पातळीवर बचत आणि गुंतवणूक योजना राबवा.

९.२ आर्थिक बाग फुलवण्यासाठी टिप्स (Tips to Nurture Your Financial Garden)

- **१०% बचतीचं महत्त्व सर्वांसाठी**

  - > **नोकरी करणारे:** तुमच्या मासिक पगाराच्या एक भागाची बचत करा, त्यामुळे अनपेक्षित खर्च किंवा रिटायरमेंटसाठी तयारी करता येईल.

  - > **व्यावसायिक:** व्यवसायाच्या नफ्यातून काही भाग बचत करा. हे भविष्यातील संकटांमध्ये तुम्हाला आर्थिक स्थिरता प्रदान करेल.

  - > **शेतकरी:** पिकवलेलं उत्पन्न फक्त शेतीत गुंतवण्याऐवजी त्यातून बचतीसाठी काही रक्कम बाजूला ठेवा. हे भविष्यातील आपत्कालीन परिस्थितीला सामोरे जाण्यासाठी उपयुक्त ठरेल.

  - > **कला क्षेत्रातील व्यक्ती:** तुमच्या कलेपासून मिळालेल्या नफ्याचा काही भाग बचत करा. यामुळे भविष्याच्या गरजांसाठी तुम्हाला आर्थिक आधार मिळेल.

  - > **इंजिनियरिंग/तंत्रज्ञान क्षेत्रातील कर्मचारी:** तुमच्या पगाराच्या काही भागाची बचत करा, यामुळे तुम्ही आर्थिकदृष्ट्या सुरक्षित राहाल आणि भविष्यातील गुंतवणुकीसाठी तुम्ही तयार असाल.

  - > **उद्योजक:** तुमच्या व्यवसायाच्या नफ्याचा काही भाग दीर्घकालीन सुरक्षिततेसाठी ठेवा. यामुळे तुम्ही आपला व्यवसाय वाढवण्यासाठी जास्तीची गुंतवणूक करू शकता.

> **वृद्ध/निवृत्त व्यक्तीः** तुम्ही साठवलेल्या पैशापैकी एक भाग निवृत्तीनंतरच्या खर्चांसाठी राखून ठेवा. यामुळे तुम्हाला आर्थिक अडचणींना सामोरे जाण्याची आवश्यकता नाही.

- **संपत्तीचा विचार दीर्घकालीन करा**

  > एकदा रोखलेली रक्कम साठवत गेल्यास मोठ्या उद्दिष्टांसाठी निधी उभा करता येईल.

  > तुमच्या मातीचा आणि निसर्गाचा फायदा करून शेतीच्या जोडीने नवनवीन पद्धतींनी उत्पन्न कसं वाढवता येईल, यावर विचार करा.

- **स्वप्नं लहान ठेवा, पण सातत्य ठेवा**

  बचतीचं प्रमाण सुरुवातीला कमी असलं तरी ती वाढवण्यावर लक्ष केंद्रित करा.

९.३ मेहनतीचं फळ: आर्थिक बाग फुलवण्याचे फायदे (Fruits of Hard Work: Benefits of Nurturing a Financial Garden)

- **संकटप्रसंगी आधारः**

  आपत्ती किंवा संकटांच्या वेळी साठवलेली रक्कम उपयोगी पडते.

- **कुटुंबाची सुरक्षितताः**

  भविष्यातील अडचणींना तोंड देण्यासाठी बचतीचा आधार मिळतो.

- **स्वावलंबन:**

  नियमित बचतीने कोणत्याही व्यक्तीला आत्मनिर्भर बनवता येतं.

- **समृद्ध भविष्य:**

  दीर्घकालीन आर्थिक नियोजन तुमच्या कुटुंबाला समृद्ध आणि सुरक्षित ठेवू शकतं.

९.४ सर्वांसाठी संदेश (Message for Everyone)

"पैशांचं झाड लावा, मस्तफळं खा!" ही फक्त म्हण नाही, तर आयुष्याचं तत्त्वज्ञान आहे.

- शेतकरी असाल, गृहिणी, विद्यार्थ्यां, व्यावसायिक, किंवा नोकरी करणारे – सगळ्यांसाठी आर्थिक बाग उभी करणे आवश्यक आहे.

- तुमच्या रोजच्या कमाईतून १०% रक्कम बाजूला ठेवा, ती शिस्तबद्ध पद्धतीने गुंतवा, आणि तुमच्या भविष्याचं फळ निश्चित करा.

"आजच सुरुवात करा. तुमच्या आर्थिक बागेचं पहिलं बीज लावा!" 🌱

परिशिष्ट
(Appendices)

महत्त्वाचे आर्थिक नियम (Key Financial Rules)

- **१०% बचतीचा नियम (10% Savings Rule):**

  प्रत्येक महिन्याच्या उत्पन्नातून किमान 10% रक्कम बाजूला ठेवा आणि बचतीची सवय लावा.

- **५०/३०/२० चा नियम (50/30/20 Rule):**

  - ५०%: गरजेच्या खर्चासाठी (Essential Expenses)
  - ३०%: हौशीसाठी (Wants)
  - २०%: बचत आणि गुंतवणुकीसाठी

- **गुंतवणुकीचं साधं सूत्र:**

  - जोखीम कमी करण्यासाठी विविधीकरण (Diversification) करा.
  - दीर्घकालीन फायद्यासाठी संयम ठेवा.
  - तुमच्या उद्दिष्टांनुसार साधनं निवडा.

- **महागाईवर मात करणं:**

  महागाईचा दर ओलांडणाऱ्या साधनांमध्ये गुंतवणूक करा (उदा. शेअर्स, रिअल इस्टेट, म्युच्युअल फंड्स).

- **आपत्कालीन निधी (Emergency Fund):**

  ➢ तीन ते सहा महिन्यांचे खर्च वेगळ्या खात्यात ठेवा.

  ➢ हे फक्त अनपेक्षित संकटांसाठीच वापरा.

- **कर्ज व्यवस्थापन:**

  ➢ उच्च व्याजदराचं कर्ज आधी फेडा.

  ➢ कर्ज घेण्याआधी विचार करा – "हे खरोखर गरजेचं आहे का?"

- **संयमाचा नियम:**

  ➢ "शॉर्टकट्स" टाळा; गुंतवणूक दीर्घकालीन फायद्यांसाठी करा.

- **स्वतःला शिक्षित करा:**

  सतत आर्थिक ज्ञान मिळवत रहा. निर्णय घेण्याआधी संशोधन करा.

गुंतवणुकीसाठी उपयोगी साधने (Useful Tools for Investment)

- **ऑनलाइन प्लॅटफॉर्म्स (Online Platforms):**

  ➢ **Groww, Zerodha, Upstox, Fyers, AngelOne:** शेअर बाजार आणि म्युच्युअल फंड गुंतवणुकीसाठी.

  ➢ **ET Money, Paytm Money:** म्युच्युअल फंड्ससाठी सोपी आणि सुरक्षित साधने.

- **गुंतवणूक साधनं (Investment Tools):**

  ➢ **म्युच्युअल फंड्स (Mutual Funds):** दीर्घकालीन गुंतवणुकीसाठी.

- ➢ **सिस्टेमॅटिक इन्व्हेस्टमेंट प्लॅन (SIP):** नियमित आणि शिस्तबद्ध गुंतवणूक.

  ➢ **पब्लिक प्रोविडंट फंड (PPF):** सुरक्षित आणि कर सवलतीसाठी.

- **विमा योजनांची निवड (Insurance Tools):**

  ➢ **टर्म इंशुरन्स (Term Insurance):** भविष्यासाठी संरक्षण.

  ➢ **हेल्थ इंशुरन्स (Health Insurance):** अनपेक्षित वैद्यकीय खर्च टाळण्यासाठी.

- **जोखीम व्यवस्थापनासाठी साधनं (Risk Management Tools):**

  ➢ **Diversification Calculators:** गुंतवणुकीचं योग्य प्रमाण ठरवण्यासाठी.

  ➢ **Portfolio Tracker Apps:** तुमच्या गुंतवणुकींचं पुनरावलोकन करण्यासाठी.

- **शेअर मार्केटचे शैक्षणिक प्लॅटफॉर्म (Learning Platforms):**

  ➢ **Varsity by Zerodha:** शेअर बाजार समजून घेण्यासाठी.

  ➢ **Moneycontrol:** शेअर बाजारातील घडामोडींसाठी.

- **निवृत्ती नियोजन साधनं (Retirement Planning Tools):**

  ➢ **National Pension System (NPS):** निवृत्तीनंतरच्या आर्थिक गरजांसाठी.

  ➢ **Fixed Deposits:** सुरक्षित आणि निश्चित परताव्यासाठी.

शिफारस केलेली पुस्तके आणि संसाधने (Recommended Books and Resources)

पुस्तकं (Books):

- **"The Richest Man in Babylon" by George S. Clason**

  ➢ सोप्या भाषेत बचत आणि गुंतवणुकीच्या तत्त्वांवर आधारित.

- **"Rich Dad Poor Dad" by Robert T. Kiyosaki**

  ➢ आर्थिक शिक्षण आणि गुंतवणुकीचं महत्त्व समजावणारं पुस्तक.

- **"The Intelligent Investor" by Benjamin Graham**

  ➢ गुंतवणुकीचे तांत्रिक आणि तत्त्वज्ञानात्मक पैलू समजावणारं मार्गदर्शन.

- **"Your Money or Your Life" by Vicki Robin**

  ➢ खर्च, बचत, आणि जीवनशैली यांच्यात संतुलन साधण्याचं महत्त्व.

- **"Let's Talk Money" by Monika Halan**

  ➢ भारतीय गुंतवणूकदारांसाठी सोपं आणि उपयुक्त मार्गदर्शन.

ऑनलाइन संसाधने (Online Resources):

- **SEBI Investor Education Portal:** गुंतवणुकीबद्दल शासकीय मार्गदर्शन.

- **Morningstar India:** फंड्स आणि गुंतवणुकीसाठी सखोल विश्लेषण.
- **RBI Financial Awareness:** आर्थिक शिस्तीसाठी केंद्रीय बँकेचं मार्गदर्शन.

मोबाईल ॲप्स (Mobile Apps):

- **ET Money:** खर्च आणि गुंतवणुकीचं नियोजन.
- **Coin by Zerodha:** म्युच्युअल फंड गुंतवणुकीसाठी.
- **Cred:** क्रेडिट कार्ड बिल व्यवस्थापनासाठी.

"तुमचं आर्थिक ज्ञान वाढवा, योग्य साधनांचा उपयोग करा, आणि तुमचं आर्थिक झाड फुलवा!" 🌱

www.ingramcontent.com/pod-product-compliance
Lightning Source LLC
Chambersburg PA
CBHW061356160726
47995CB00001B/343